என்றும்
உன் நினைவோடு

ச.சந்துரு

aelay
publish

என்றும் உன் நினைவோடு

கவிதை
ஆசிரியர் : ச.சந்துரு 2022 ©
முதல் பதிப்பு : அக்டோபர் 2022
வெளியீடு : ஏலே பதிப்பகம்
5/175, பாத்திமா நகர், கூத்தென்குழி,
திருநெல்வேலி - 627104
தொடர்புக்கு : +91 9944992571

Endrum un ninaivodu

Poetry

First Edition : October 2022
Pages: 55
ISBN : 978-93-5533-189-2
Aelay Publish
Contact : +91 9944992571
Designed by : Aelay publish team

ஆசிரியர் குறிப்பு

ச.சந்துரு சங்கர்.இவர் கடலூர் மாவட்டத்தில் உள்ள சோழத்தரம் என்ற கிராமத்தில் பிறந்தார்.தன் கிராமத்தில் உள்ள திரு நடராஜா உயர்நிலைப்பள்ளியில் தன் பள்ளி படிப்பினையும் அதே மாவட்டத்தில் உள்ள பண்ருட்டி எனும் பேருராட்சியில் உள்ள அண்ணா பல்கலை கழக உறுப்பு கல்லூரியில் தன் பட்டப்படிப்பினை (கட்டிட பொறியாளர்) முடித்தார். இதுவே இவரின் முதல் படைப்பாகும்.

வாழ்த்துரை

நினைவுகளை மீட்டிக்கொண்டே இருக்கிறது கவிதைகள். மீட்டிக்கொண்டிருப்பது தானே கவிதைகளும். கண்களுக்கு தென்படாத உணர்வுகளுக்குள் ஒவ்வொரு பக்கமும் நாம் நம்மை தொலைத்து எழும் ஒரு கனவு பிம்பங்களாக எழுகிறது கவிதைகள். நண்பர் சந்துரு அவரது உலகத்திற்கு நம் விரல்களை பிடித்துக் கொண்டு அழைத்து செல்கிறார். நாமும் அதில் நம்மை மறந்து போவோம்.

வாழ்த்துக்களுடன்
கவிஞன் மொழி
ஏலே பதிப்பகம்

காதல் மொழி

♥

உன்னை
தொலைவில் பார்க்கும் போதெல்லாம்
உன்னிடம்
மனம் திறந்து பேச துடிக்கிறேன் – ஆனால்
நீ அருகில் வரும் போதெல்லாம்
பேசுவது என்னவோ என் மௌனங்கள் தான்

காத்திருக்கும் காதல்

♥

சூரியன் வரும் வரை
பூக்கள் காத்திருக்கும்
பூ விரியும் வரை
வண்டு காத்திருக்கும்
வண்டு வரும் வரை
தேன் காத்திருக்கும்
என் அன்பே
உன்னுடன் வாழ
நான் என்றும் காத்திருப்பேன்

தனிமையின் நினைவு

♥

நான்
தனிமையில் சிந்திப்பேன்
என்னை பற்றி – ஆனால்
உன்னை பார்த்த நாள் முதல்
எப்பொழுதும் சிந்திக்கிறேன்
உன்னை பற்றி

நீயே கவிதை

நான்
பார்த்து ரசித்த முதல் கவிதை
உனது முகம்
நான்
படித்து ரசித்த முதல் கவிதை
உனது பெயர்

என்றும் உன் நினைவோடு

ஓர் எழுத்து கவிதை நீ
ஈர் எழுத்து கவிதை நாம்
மூன்று எழுத்து கவிதை காதல்
நான்கு எழுத்து கவிதையில் உன்னோடு
ஐந்து எழுத்து கவிதையாக ஒன்றுசேர
ஆறு எழுத்து கவிதையாக என்றென்றும்
ஏழு எழுத்து கவிதையாக நான்பொறுமையோடு
எட்டு எழுத்து கவிதையில் காத்திருக்கிறேன்
ஒன்பது எழுத்து கவிதையாக என்னைஏற்றுக்கொள்
பத்து எழுத்து கவிதைக்காக என்றும்உன்நினைவோடு

இணைந்து வாழ்வது எப்போது ?

உன்னை
பார்க்காத வரை
என் மனம் சிந்தித்தது
எனக்கென பிறந்தவள்
எங்கே இருக்கிறாள் என்று – ஆனால்
உன்னை பார்த்த பிறகு
சிந்திக்கிறது என் மனம்
நாம் இணைந்து வாழ்வது எப்போது என்று

நான் விழுந்த பள்ளம்

வாழ்க்கையில்
எத்தனையோ பள்ளங்களில்
விழுந்து எழுந்தவன் நான் – ஆனால்
உன் பொன் சிரிப்பால்
உன் கன்னக்குழியின் பள்ளத்தில்
விழுந்த என்னால் எழ முடியவில்லை

நீயே வைத்தியம்

எனக்கு
உன்னால் பிடித்த பைத்தியத்திற்கு
உன்னை தவிர
வேறு வைத்தியம் இல்லை

என் நினைவு

என் மனதில்
ஆயிரம் எண்ணங்கள் ஓடினாலும்
எத்தனை முகங்கள் பதிந்தாலும்
ஒவ்வொரு நொடியும் நான் நினைப்பது
நான் கண்ட தேவதை உன்னையும்
உன்னை பார்த்து ரசித்த அந்த நாட்களையும் தான்

நீயே என் காதல்

♥

என்னை நேசிக்க
யாரும் இல்லாத போதும்
என் மூச்சு உள்ளவரை
நான் நேசிப்பேன் உன்னை
யாருக்கும் வரவில்லை காதல்
என் மீது – ஆனால்
எனக்கு வந்தது காதல் உன் மீது

நீயே என் துணை

மழை காலத்தில்
குடை எனக்கு துணையாக இருக்கிறது
குளிர் காலத்தில்
கம்பளி ஆடை எனக்கு துணையாகஇருக்கிறது
கோடைக்காலத்தில்
மரத்தின் நிழல் எனக்கு துணையாக இருக்கிறது
இந்த முக்காலத்தின் இரவுகளிலும்
நீயே எனக்கு துணையாக வர வேண்டும்

உன்னுடன் என் பயணம்

காதல் என்றால் என்னவென்று
தெரியாமல் இருந்த எனக்கு
அதன் உருவத்தை காட்டியவள் நீ
அதன் உணர்ச்சியை ஊட்டியவள் நீ
என் கண்கள் எத்தனை பெண்களை கண்டாலும்
என் மனம் உன்னையே விரும்புகிறது
இத்தனை காலம் துணையின்றி நடந்த என் கால்கள்
இனி உன் துணையோடு நடக்க விரும்புகிறது
இத்தனை காலமாக யாருடைய கரத்தையும்
பிடித்தப்படி பயணிக்க விரும்பாத என் கரங்கள்
இனி வரும் காலங்களில்
உன் கரத்தை பிடித்துக்கொண்டு
நெடுந்தூரம் பயணிக்க விரும்புகிறது

இன்னும் எத்தனை காலத்திற்கு ?

என் உயிர்
என் உடலோடு ஒட்டியிருந்தாலும்
அது உன்னையே தேடி சுற்றி அலைகிறது
உன் நினைவோடு
நான் தனிமையில் வாழ்வது
இன்னும் எத்தனை காலத்திற்கு ?

உன்னை கண்டது முதல்

நான்

இதுவரை உணராத உணர்ச்சியை உணர்கிறேன்

இதுவரை கண்டிராத சுகத்தை அறிகிறேன்

உன்னை கண்டது முதல்

உன்னுடன் வாழ்க்கை பயணம்

என் வாழ்க்கையின் பாதை
எதுவென்று தெரியாமல் இருந்த நேரத்தில்
நான் உன்னை கண்டேன்
அன்று தான் உனர்ந்தேன்
நீதான் என் வாழ்க்கைக்கான பாதை என்று -
அப்பாதையில்
பாதி தூரம் கடந்துவிட்டேன் உன் நினைவோடு
மீதமுள்ள தூரத்தைக் கடக்க வேண்டும்
உன் துணையோடு

நீயே என் நினைவுகள்

உன்னை

நாள்தோறும் காண்கிறேன்

என் கனவோடு

நான்

என்றும் வாழ்வேன்

உன் நினைவோடு

கதையா ? கவிதையா ?

♥

உன்னை நினைத்து
நான் எழுதும் ஒவ்வொரு எழுத்தும்
ஒன்றுசேர்ந்து பல வரிகளாக அமையும்பொழுது
அவை கதையா ? அல்லது கவிதையா ?
என்று எனக்கு தெரியாது – ஆனால்
அதனை உன் நினைவோடு
நான் படிக்கும் பொழுது
ஒவ்வொரு வரியும் அழகாக தோன்றுகிறது எனக்கு

புரியாத மனம்

கண்களுக்கு தென்படாத
காற்று வீசும் திசையை அறிய முடிந்த என்னால்
உன்னை காண வேண்டும் என்ற ஆசையில்
நீ இருக்கும் இடத்திற்கு ஓடிவந்து
அங்கே உன்னை காணும்போது
புரியாத புதிராக தோன்றும் உன் மனதில்
நீ என்னை பற்றி நினைப்பது
என்னவென்று என்னால் அறியமுடியவில்லை

உள்ளத்தால்தான் பேசுவேனா ?

என் வாழ்க்கைக்கான அர்த்தம் நான்கு எழுத்து
அதை எனக்கு உணர்த்திய மொழி மூன்று எழுத்து
அம்மொழியில் நான் இதுவரை பேசியதில்லை – ஆனால்
இப்பொழுது பேச துடிக்கிறேன்
அதுவும் என் வாழ்க்கையின் அர்த்தத்துடன்,
மற்ற மொழிகளை பேசுகிறேன் என் உதட்டால் – ஆனால்
அம்மொழியை நான் இதுவரை பேசி வருகிறேன் என்
உள்ளத்தால்
நான் எப்பொழுது பேசப்போகிறேன் அம்மொழியை என்
உதட்டால் – பிற
மொழிகளை போல் என் உதட்டால் பேசுவேனா இல்லை
இறுதிவரை என் உள்ளத்தால்தான் பேசுவேனா ?

என்றாவது ஒரு நாள்

எத்தனை நாட்கள் உன் பார்வை
என் மீது படாமல் இருந்தாலும்
என்றாவது ஒரு நாள்
உன் பார்வை என்மீது படும்
நான் உன்னை காதலிப்பது போல
நீயும் என்னை காதலிப்பாய் என்ற நம்பிக்கையில்தான்
என் மனம் தன்னையும் மறந்து
உன்னையே சுற்றி வருகிறது

நான் கண்ட வானவில்

நீண்ட உன் அழகான கூந்தலில்
நான் என் மனதை பறிக்கொடுத்தேன்
அதில் வீசுகின்ற நறுமணம் தான்
இனிவரும் காலங்களில்
இரவில் நான் சுவாசிக்க போகும் மூச்சுக்காற்று
நறுமணம் வீசும் அது வெறும் கூந்தல் அல்ல
பகலில் நான் ரசிக்கும் வானவில்
இரவில் நான் படுத்து உறங்கும்
எனது விரிப்பு
மூன்று முழம் மல்லிகை பூவை வாங்கி
நீண்ட உன் அழகான கூந்தலில்
உன்னை கரம்பிடிக்க துடிக்கும்
என் கரங்களால் சூட்டி
உனக்கு அழகு சேர்த்த அந்த கூந்தலை
மேலும் அழகுபடுத்த விரும்பும் என்னை
உன் வாழ்க்கை துணையாக ஏற்று
உன் கூந்தலை அழகுபடுத்த
எனக்கு சம்மதம் தருவாயா?

நான் ரசிக்கும் சந்திரன்

பகல் முழுவதும் கண் விழித்த கதிரவன்
உறங்க செல்லும் நேரம்
மின்மினி பூச்சிகள் ஒன்றுசேர்ந்து மின்னுவது போல்
அழகாக ஜொலிக்கும் நட்சத்திரங்கள்
அந்த இனிய வேலையில்
என் அருகில் நீயும் உன் அருகில் நானும்
அமர்ந்தபப்படி பௌர்ணமியை ரசித்துக்கொண்டிருக்க
அந்நேரத்தில் நம்மை தொட்டுச்சென்றது
லேசான குளிர்காற்று
மழை வருவதற்கு முன்பு வரக்கூடிய
கருமேகங்கள் ஒன்று சேர்ந்து
நாம் ரசித்துக்கொண்டிருந்த
முழு சந்திரனை மூடி மறைக்க
அந்நேரத்தில் நீ என்னை பார்த்து கூறினாய்
“ நாம் ரசித்துக்கொண்டிருந்த சந்திரனை
கருமேகங்கள் மறைத்துவிட்டது “ என்று
நாம் ரசித்துக்கொண்டிருந்த சந்திரன்
மறைந்துவிட்டது என்று நீ கூறுகிறாய் – ஆனால்
நான் ரசிக்கும் சந்திரனை
எத்தனை கருமேகங்கள் வந்தாலும்
அதனை மூடி மறைக்க இயலாது

எல்லாமே நீதான்

நான் தேடும்
சந்தோஷம் நீதான்
நான் தேடும்
மன அமைதியும் நீதான்
நான் வாழ நினைக்கும்
வாழ்க்கையும் நீதான்
நான் விரும்பும்
தனிமையும் நீதான்
நான் சிந்திக்கும்
எண்ணங்களும் நீதான்
நான் எழுதும்
எழுத்துக்களும் நீதான்
நான் சுவாசிக்கும்
மூச்சுக் காற்றும் நீதான்
நான் காணும்
கனவும் நீதான்
என்
இதய துடிப்பும் நீதான்
என்
உயிரும் நீதான்

உன்னை சுமந்திருப்பதிலும் ஒரு சுகம்

என் மனதில்
எவ்வளவு வேதனைகள் இருந்தாலும்
அவை ஒருபோதும்
என்னை பாதித்ததில்லை
உன்னை
என் மனதில் சுமந்திருப்பதால்

கதிரவனின் வெப்பம் கூட குளிர்ச்சிதான்

உன்னை
காண வேண்டும் என்ற ஆசையோடு
நாம் படித்த
கல்லூரிக்கு வருகைதந்து
உன்
வருகைக்காக பல மணிநேரம்
கல்லூரி பேருந்துநிலையத்தில் காத்திருந்து
உன் முகத்தை காணும் நேரம் வரை – அந்த
கதிரவனின் வெப்பம் கூட
எனக்கு குளிர்ச்சியாகத்தான் இருக்கிறது

உன்னால் என் மனதில் தடுமாற்றம்

சிறு வயதில் சிறு ஆசை
என் தாய்நாட்டிற்கும் தாய்நாட்டு மக்களுக்கும்
பொது சேவை செய்ய வேண்டும் என்று
பள்ளி பருவத்தில் மனதில்
தோன்றிய ஆசை – இந்த
ஆசைக்காக என் மனம் எடுத்த முடிவு
திருமணம் வேண்டாம் என்ற முடிவு – காரணம்
இல்லற வாழ்வில் நுழைந்தால்
பொதுசேவையில் ஈடுபட முடியாது என்பதனால்
இதை எண்ணியபடியே கடந்தது
என் மனம் பள்ளிப்பருவத்தை
மாதங்கள் மாறின காலங்கள் கடந்தன
முடித்தேன் பள்ளி வாழ்க்கையை
நுழைந்தேன் கல்லுரி வாழ்க்கையில்
மனம் தடுமாறாமல் கடந்தேன் மூன்று ஆண்டுகளை
நான் எதிர்பார்க்கவில்லை இறுதி ஆண்டு நிகழ்வுகளை
ஒரு நாள் பார்த்தேன் உன்னை என் கண்களால்
அன்று முதல் தடுமாற ஆரம்பித்தேன் என் மனதினால்
முடிவு செய்தேன் அன்று

நீதான் என் வாழ்க்கை என்று
நான் என்றும் நேசிப்பது உன்னை – தெரிந்தும்
தெரியாதபோல் இருந்து நீ கொல்லுவது ஏன் என்னை
இன்னும் எத்தனை காலம் இந்த ஊமை வேஷம் –
போதும்
நான் காட்ட வேண்டும் இனி உன் மீது பாசம்

உன் கனவோடு

உன்னை காதலிக்க தெரிந்த எனக்கு
வேறு பெண்ணை காதலிக்க தெரியவில்லை
பாதி வாழ்க்கை வாழ்ந்துவிட்டேன் உன் நினைவோடு
மீதி வாழ்க்கை வாழ வேண்டும் நான் உன்னோடு
தனிமையில் வாடுகிறேன் உன் நினைவோடு
உன்னை நாள்தோறும் காண்கிறேன் என் கனவோடு
உன்னை நினைக்க தெரிந்த எனக்கு
மறக்க தெரியவில்லை
பகலை கடக்கிறேன் உன் நினைவோடு
இரவை கடக்கிறேன் உன் கனவோடு

என் எண்ணங்கள் என்றும் நீயே

♥

உன்னை

பார்த்தேன் கல்லூரியில்

ஒருமுறை

அன்றுமுதல் இன்றுவரை

உன்னை மட்டுமே - நினைக்கிறேன்

என் மனதினால்

பலமுறை

வடக்கு திசை

ஒரு நாள் தோன்றியது என் மனதில் வினா ஒன்று – அது
எனக்கென பிறந்தவள் எங்கே இருக்கிறாள் என்று
அந்த கணம் தோன்றியது மற்றொரு வினா ஒன்று
அவள் எந்த திசையிலிருந்து வருவாள் எனக்காக என்று
அப்பொழுது ஒரு எண்ணம் தோன்றியது என்
மனதிலிருந்து
அந்த எண்ணம் – அவள்
எனக்காக வருவாள் வடக்கு திசையிலிருந்து -இது
சரியா தவறா என தெரியாது எனக்கு அன்று
ஆனால் சரிதான் என்று தெரிந்துக்கொண்டேன் இன்று
எப்படி
ஒருநாள் உன்னை பார்த்தேன் கல்லூரியில்
அன்று விதைத்தேன் விதையாக உன்னை என் மனதில்
தெரிந்துக்கொள்ள முயன்றேன் உன்னை பற்றின
விவரத்தை
அப்பொழுது தெரிந்துக்கொண்டேன் நீ வசிக்கும்
இடத்தை
நீ இருக்கும் திசை
என் மனதில் தோன்றிய திசை
அதுதான் வடக்கு திசை

நான் உறங்கும் அறையின் சுவர்களின் காத்திருப்பு

தனிமையில்
உன் மடியில் – நான்
குழந்தையாக தவழும்
அழகை காண்பதற்கும்
என் மனதை கவர்ந்த
நீண்ட உன் அழகான கூந்தலில்
பின்னி பிணைந்திருக்கும்
முடிச்சுகளை அவிழ்த்து
வானவில் போன்று உன் கூந்தலை பரப்பி
அவற்றில் உள்ள வண்ணங்களை போன்று
வண்ண மலர்களால் அலங்கரித்து
தன் தூக்கத்தையும் கைவிட்டு
உன் தூக்கத்தையும் கைவிடவைத்து
உன் அழகை
நான் ரசிக்கும் காட்சியைக் காண்பதற்கும்
நான் உறங்கும்
அறையின் சுவர்கள்
காத்திருக்கின்றன

நம் வீட்டு தோட்டத்தின் பூக்களின் காத்திருப்பு

எங்களை விட அவள் அழகானவளா
என்று எண்ணியப்படியும்
அவைகளை ரசிக்காமல்
உன் அழகையும் அறிவையும் ரசிப்பதால்
என்மீது கொண்ட கோபத்தோடும்
நம் வீட்டின் தோட்டத்தில்
பூத்திருக்கும் பூக்கள்
உன் வருகைக்காக
காத்திருக்கின்றன

உனக்காக காத்திருக்கும் சந்திரன்

❤

தான் வரும் வேளையில்
என் அருகில் நீயும்
உன் அருகில் நானும் அமர்ந்தபப்படி
தன்னை ரசிக்கும் காட்சியைக் காண்பதற்காக
அந்த சந்திரன்
நம் வீட்டின் அருகிலேயே காத்திருக்கிறது

ஒருநாள் காண்பேன்

உன்னை கண்ட அந்த நொடியில்
முளைத்தது காதல் என் இதயத்தில் – உன்னிடம்
காதல் சொல்ல துடித்தேன் என் உள்ளத்தால்
ஆனால் சொல்ல முடியாமல் தவித்தேன் பயத்தால்
உன்னை காதலிக்க இருந்த தைரியம்
உன்னிடம் பேச நினைக்கும் போது இல்லை – அதனால்
நான்கு பக்கம் எழுதினேன் காதல் கடிதம் உனக்கு
அதை கொடுக்க வந்தேன்
ஒருநாள் உன்னிடம் – அப்பொழுதுதான்
நீ பேசினாய் முதன்முதலில் என்னிடம்
ஆனால் அதை வாங்கி படிக்க மறுத்துவிட்டாய்
உன் கரங்களால்
தினந்தோறும்
உன்னை பார்த்து ரசித்தேன் கல்லூரியில் – இப்பொழுது
உன்னை காணமுடியாமல் தவிக்கிறேன் வாழ்க்கையில்
என்றாவது
உன்னை காண்பேன் என்ற நம்பிக்கையோடு
உனக்காக காத்திருக்கிறேன்
பொறுமை நிறைந்த காதலோடு

காலத்திடம் சில கேள்விகள்

காலமே !
உன்னிடம் சில வினாக்களை
எழுப்ப விரும்புகிறது என் மனம்
அவளை
என் கண்களால்
காண வைத்ததும் நீதான்
என் மனதினால்
நினைக்க வைத்ததும் நீதான்
இப்பொழுது
அவளை காண விடாமலும்
அவளுடன் சேர விடாமலும்
தடுப்பதும் நீதான்
ஏன் இந்த விளையாட்டு ?
எதற்கு அவளை என் கண்களால் காண வைத்தாய் ?
எதற்கு அவளை என் மனதினால் நினைக்க வைத்தாய் ?
அவளை காதலிக்க கொடுத்த தைரியத்தை
அவளிடம் பேசுவதற்கு கொடுக்க மறுக்கிறாய்
உன்னிடம் ஒன்றை வேண்டுகிறேன்

அவளை சந்திக்க வைத்த நீயே
என்னையும் அவளையும் சேர்த்து வைத்து
அவளுக்காக நானும்
எனக்காக அவளும்
வாழும்படி வாழ்க்கையை அமைத்துக்கொடு
இல்லையேல் நீயே என்னை கொன்று விடு
அதுவும் இந்த நிமிடமே

என் வாழ்க்கையே காத்திருத்தல்

நான்
இந்த உலகத்தை காண
பத்து மாதம் காத்திருந்தேன்
என்
பள்ளி வாழ்க்கையை முடிக்க
பண்ணிரெண்டு ஆண்டுகள் காத்திருந்தேன்
என்
கல்லூரி வாழ்க்கையை முடிக்க
நான்கு ஆண்டுகள் காத்திருந்தேன்
எனக்கென்று பிறந்தவளாகிய
உன்னை காண
இருபது ஆண்டுகள் காத்திருந்தேன்
இனி நான்
எவ்வளவு நாட்கள் காத்திருக்க வேண்டும் ?
உன்னுடன் சேர்ந்து வாழ

உனக்காக காத்திருக்கிறேன்

உறக்கம் வராவிட்டாலும்
உறங்குவது போல்
தன் இதழ்களை மூடிக்கொண்டு
கதிரவனின் வருகைக்காக காத்திருக்கும்
மலர்களை போல்
என் மனம்
உன் வருகைக்காக காத்திருக்கிறது

நான் விதைத்த விதையின் ஈரப்பதத்திற்கு எனது கண்ணீர்

எனக்கு
உன்னை பிடித்ததால்
பூமி என்ற உன் மனதில் – காதல்
என்ற என் விதையை விதைத்தேன்
காலம் கடந்தும் அது துளிர்விடவில்லை
விதை வளர ஈரப்பதம் தேவை என்பார்கள் – அதனால்
நான் விதைத்த விதைக்கு
என் கண்ணீரைக்கொண்டு
உருவாக்கினேன் ஈரப்பதத்தை
இருந்தும் அது துளிர்விடவில்லை – காரணம்
பூமியாக உன் மனதிற்கு தான் தெரியும்

கவிதை எனும் உலகத்தில்

நீ
என் காதலை
ஏற்றுக்கொள்ள மறுத்தாலும்
நாம் இருவரும்
இணைந்துதான் வாழ்ந்துக்கொண்டிருக்கிறோம்
உன்னை நினைத்து
நான் எழுதும்
கவிதை எனும் உலகத்தில்

மௌனமாகவே தன் காலத்தை கழிக்கும் காதல்

தொலைவில் இருக்கும் அவளிடம்
பேச துடிக்கும் உதடுகள்
தன் அருகில் வரும்பொழுது
பேச முடியாமல் தத்தளிக்கும்
தூரத்தில் அவளை
பார்த்து ரசிக்கும் கண்கள்
அருகில் அவளை காண
முடியாமல் துடிக்கும்
அவளை நினைத்தபடி
சாதாரணமாக துடிக்கும் இதயம்
தன்னை நெருங்கி வரும் சமயத்தில்
தனக்குள் சில உணர்வுகளை ஏற்படுத்திக்கொள்வதோடு
தன் வேகத்தையும் அதிகரித்து கொள்ளும்
இத்தனை உணர்வுகளோடு தோன்றிய
என் காதல்
அவளிடம் பேச முடியாமல்
மௌனமாகவே தன் காலத்தை கழிக்கிறது

ஒரே வாழ்க்கையில்

அன்று
நீயும் நானும் படித்தோம்
ஒரே கல்லூரியில் - ஆனால்
எப்பொழுது வாழ போகிறோம்
நீயும் நானும் ஒரே வாழ்க்கையில்

உன் நினைவில் மட்டுமே

இரண்டு இதயங்களும்
ஒன்றுக்கொன்று நேசித்தால் தான்
நிஜத்தில் வாழ முடியும்
ஒன்றை மற்றொன்று
நேசிக்க மறுத்தாலும்
நினைவில் மட்டுமே வாழ முடியும் என்பார்களே
அதனால் தான் என்னவோ
நான்
உன் நினைவில் மட்டுமே வாழ்கிறேன்

நான் கண்ட கனவு

கதிரவன்
கண் விழிக்க தயாராகும் நேரம்
அனைத்து பெண்களும்
தங்கள் வீட்டின் நுழைவு வாயிலை
விதவிதமான வண்ணங்களில் கோலமிட்டு
அலங்கரிக்கும் நேரம்
அந்நேரத்தில்
கதிரவனின் முகத்தை கண்டதும்
சிரிக்கும் மலர்களை போல்
உனது முகம்
அதில் தன் தாயை கண்டதும்
மகிழ்ச்சியில் குருவிக்குஞ்சுகள் எழுப்பும்
ஓசையை போல்
உனது சிரிப்பு
உனது இரு இமைகளின் நடுவில்
சந்திரனை போல் காட்சியளிக்கும்
எனது கரங்களால் சூட்டப்பட்ட திலகம்
வானவில் போன்று படர்ந்து இருக்கும்
உனது கூந்தல்
அதில் நீ சூடியிருக்கும்
நறுமணம் வீசும் மல்லிகை
பெண்களுக்கு அழகு சேர்ப்பவை

ஆயிரம் இருந்தாலும் முக்கியமானது
அவர்கள் உடுத்தியிருக்கும் சேலைதான்
அச்சேலையை உடுத்திக்கொண்டு
நான் எப்பொழுதும்
விரும்பி அருந்தும் தேனீரை
உன் கரங்களில் வைத்துக்கொண்டு
என் முன்பு தேவதை போல்
வந்து நின்றாய்
அக்கோலத்தில் பார்த்ததும்
உன்னை என் கரங்களால்
கட்டியணைத்து முத்தமிட முற்பட்டேன்
அந்நேரத்தில்
என் அருகில்
பலர் சிரிக்கும் சத்தம் கேட்டது
என்னவென்று திரும்பி பார்த்தால்
என் நண்பர்கள்
அப்பொழுது தான் தெரிந்தது
அது கனவு என்று

இப்படி தான் உன்னை காதலித்தேன்

கல்லூரியில்

அதிகாலையில் எழுந்ததும்
என் மனம் எண்ணியது
இன்று நீ கல்லூரிக்கு வருவாயா ?
இன்றாவது உன்னிடம்
என் காதலை சொல்வேனா ? என்று
இவ்வாறு எண்ணியப்படியே
குளிக்க சென்றேன் அங்கேயும்
உன் நினைவுகள் தான்
வீட்டிலிருந்து பேருந்து நிலையம் வரை
உன் நினைவோடு தான் நடந்து செல்வேன்
பேருந்து வந்ததும்
அதில் ஏறி அமர்ந்து கொண்டு
அதில் ஓடுகின்ற பாடலை
உன் நினைவோடு கேட்டுக்கொண்டு
கல்லுரியை நோக்கி பயனித்தேன்
நம் கல்லுரி வந்ததும்
பேருந்திலிருந்து கீழே இறங்கியது முதல்
நான் என் வகுப்பறைக்கு செல்லும் வரை
என் கண்களால் அங்கும் இங்கும்
சுற்றி பார்த்துக்கொண்டே சென்றேன்
நீ எங்கேயாவது நிற்கிறாயா என்று

வகுப்பறைக்குள் சென்றதும்
என் புத்தகப்பையை வைத்துவிட்டு
நம் கல்லூரியின் நூலகத்தின் அருகில்
நின்றுக்கொண்டு உன் வருகைக்காக காத்திருக்க
சிறிது நேரம் கழித்து
நீ உன் தோழிகளோடு
படிக்கட்டு வழியாக ஏறி வரும்பொழுது
நான் உன்னை ரசிப்பேன் அப்பொழுது
உன் தோழிகள் உன்னிடம் கூறுவார்கள்
நான் உன்னை பார்க்கிறேன் என்று – ஆனால்
நீயோ என்னை பார்த்தும் பார்க்காத போல்
செல்வாய் உன் வகுப்பறைக்குள்
இருந்தாலும் நீ உன் வகுப்பறைக்குள்
செல்லும் வரை நான் அங்கையே
நின்றேன் உன்னை பார்த்து ரசித்து கொண்டு
காலை இடைவேளையின் போதும் சரி
மதிய உணவு இடைவேளையின் போதும் சரி
முதல் ஆளாக வெளியே வந்து நிற்பேன்
நீ வகுப்பறையை விட்டு வெளியே வந்தால்
உன்னை காணலாம் என்று
எத்தனையோ முறை உன்னிடம்
பேச வேண்டும் என் காதலை சொல்ல வேண்டும்
என்று முயற்சி செய்திருக்கிறேன் ஆனால்
உன்னை காணும்போதெல்லாம்
என் மனதில் ஒரு பதற்றம் ஏற்படும்
அதனாலேயே உன்னிடம்
பேச முடியாமல் தவித்திருக்கிறேன்

ஒரு கடிதத்தை கூட எழுதி வைத்திருந்தேன்
உன்னிடம் பேசத்தான் முடியவில்லை
கடிதத்தையாவது கொடுக்கலாம் என்று
அதுவும் என்னால் முடியவில்லை
இப்படியே பல நாட்கள் ஓடியது
ஒரு நாள் வந்தது தைரியம்
எனக்கு உன்னிடம் பேசுவதற்கு
அதுவும் என் நண்பர்கள்
என்னை உசுப்பேத்தியதால்
மதிய உணவு இடைவேளை
என் மனதில் ஒரு பதற்றம்
என் கால்கள் உன் வகுப்பறையை
நோக்கி பயணித்தது
உன் வகுப்பறையின் நுழைவாயில்
நின்றுக்கொண்டிருந்தேன் பதற்ற உணர்வோடு
உள்ளே நீ உன் தோழியோடு
பேசிக்கொண்டிருந்தாய் நின்றுக்கொண்டு
உன் அருகில் இருந்த
மற்றொரு தோழியிடம் உன்னை
கூப்பிடும் படி சைகை காட்டினேன்
அவளும் உன்னை கூப்பிட்டு
நான் வெளியில் நிற்பதாக சொன்னாள்
ஆனால் அவளையும் நீ முறைத்தாய்
பிறகு சிறிது நேரம் கழித்து
மற்றொரு தோழியோடு வெளியே வந்தாய்
வந்ததும் என் எதிரிலேயே நின்று

உன் இரு கைகளையும்
உன் இடுப்பில் வைத்துக்கொண்டு
உங்களுக்கு என்ன வேண்டும்
என்று கேட்டாய்
அதுதான் நீ பேசிய முதல் வார்த்தை என்னிடம்
அவ்வாறு திடிரென்று என்னைப்பார்த்து கேட்டதும்
எனக்கு என்ன செய்வது என்று தெரியவில்லை
எனது கால்கள் நடுங்க ஆரம்பத்துவிட்டது
என் இதயதுடிப்பும் அதிகரித்துவிட்டது
உன்னிடம் மனம்விட்டு பேசலாம்
என்று வந்த நான்
எதுவும் பேசமுடியாமல் ஊமையாக நின்றேன்
வேறு என்ன செய்வதென்று தெரியாமல்
உன்னிடம் கொடுப்பதற்காக என்றோ
எழுதி வைத்திருந்த கடிதத்தை
எடுத்து உன் முன்பு நீட்டினேன்
அதையும் வாங்காமல் வேண்டாம்
என்று கூறிவிட்டு வகுப்பறைக்குள் ஓடிவிட்டாய்
உன் அருகில் நான் நெருங்கி நின்றது
அதுதான் முதல் தடவை
அந்த முயற்சியும் தோல்வியை தழுவியது
கல்லூரி முடிவடையும் நேரம்
நீ உன் வகுப்பறையின் அருகில் உள்ள
படிக்கட்டு வழியாக இறங்கி செல்வாய்
அதேநேரத்தில் நானும்
என் வகுப்பறையின் அருகில் உள்ள
படிக்கட்டு வழியாக இறங்கி வந்து

நீ கல்லூரியின் பேருந்து நிலையம்
செல்லும் வரை நான்
உன் பின்னால் தான் வருவேன்
அதுவும் உனக்கு தெரியும் – ஆனால்
ஒரு தடவை கூட என்னை திரும்பி பார்க்கமாட்டாய்
நான் எப்பொழுதும் கல்லூரியின் பேருந்து நிலையத்தில்
தான்
என் ஊருக்கான பேருந்து ஏறுவேன்
உன்னை என்று பார்த்தேனோ
அன்று முதல்
நீ ஏறும் பேருந்தில் நானும் ஏறிக்கொண்டு
நம் கல்லுரி அமைந்துள்ள ஊரின்
பேருந்து நிலையம் வரை வருகைப்புரிந்து
நீ உன் ஊருக்கான பேருந்து ஏறும் வரை
அங்கே நின்றுக்கொண்டு உன்னை பார்த்து ரசித்துவிட்டு
அதன் பிறகே நான்
என் ஊருக்கான பேருந்தில் ஏறுவேன்
இவை அனைத்தும் உனக்கும் தெரியும்
நான் அங்கே நின்றுக்கொண்டு
உன்னை காண்பதை நீ கவனித்தும்
யாரோ நிற்பது போல் நீ நிற்பாய்
என்னை கண்டுக்கொள்ளாமல்
இப்படித்தான் நான் உன்னை
ஒவ்வொரு நாளும் பார்த்து ரசித்தேன்
உன்னை காதலித்தேன்
உன்னை கண்ட நாள் முதல்